தண்ணீர்

வி.எஸ்.ரோமா

ISBN 978-1-63974-230-1

பொருளடக்கம்

1

ஒவ்வொரு ஆண்டும் செப்டம்பர் 18-ஆம் தேதி உலக தண்ணீர் கண்காணிப்பு தினம் கொண்டாடப்படுகிறது. இப்போது உலகில் நீருக்கான நெருக்கடி மற்றும் நீர் பற்றாக்குறை, மாசுபாடுகளால் மனிதர்களுக்கு நெருக்கடிகளும் உருவாகியுள்ள சூழலில் உலக தண்ணீர் கண்காணிப்பு தினம் என்பதும் மிக அவசியான ஒரு நாளாக மாறியுள்ளது.

1992-ஆம் ஆண்டு ஐநாவின் சுற்றுச்சூழல் வளர்ச்சி கழக கூட்டத்தில் நீர்வள பாதுகாப்பை வலுப்படுத்தவேண்டும் என்று அறிவிக்கப்பட்டது. அதன்பின் உள்ளூர் நீர்நிலைகளை கண்காணித்து நீரின் தரம், வளம் குறையாமல் பாதுகாத்திட வேண்டும் என்பதற்காக அமெரிக்காவின் கிளீன் வாட்டர் பவுண்டேசன் இத்தினத்தை 2003ல் அறிவித்தது. குடிநீர், பாசனம், உயிரினங்களுக்கான நீர், மனிதர்களின் இதரத்தேவைகளுக்கான நீர் என்று தண்ணீர்தான் பூமியின் இயங்கு சக்தியாக உள்ளது. அந்த தண்ணீரை காக்க வேண்டியது நமது முக்கிய கடமையாக உள்ளதால், அதனை கண்காணிப்பதும் மிக அவசியமானதாக உள்ளது, இவைதான் இந்த சர்வதேச தண்ணீர் கண்காணிப்பு தினத்தின் நோக்கமாக உள்ளது.

உலகில் 40 சதவீதம் மக்கள் சுகாதாரமான தண்ணீர் கிடைக்காமல் பாதிக்கப்பட்டுள்ளனர் என்று புள்ளிவிபரங்கள் கூறுகின்றன. குடிநீர் மாசுபடுவதாலும், வறட்சியாலும் வரும் காலங்களில் பல கோடி மக்கள் பாதிக்கப்படுவார்கள் என்றும், நீருக்காக போர்கள் மூழும் அபாயம் உள்ளதாகவும் விஞ்ஞானிகள் எச்சரித்து வருகின்றனர். உலகில் 97.5 சதவீதம் உப்புநீர் உள்ளது, மீதமுள்ள 2.5 சதவீதம்தான் நன்னீர். ஆனால் அதில் 2.24 சதவீத நீர் துருவப்பகுதிகளில் பனிப்பாறையாக உள்ளது,

எனவே எஞ்சிய 0.26 சதவீத நீர்தான் அனைத்து உயிர்களுக்குமான வாழ்வாதாரம். இந்த சொற்ப தண்ணீரையும் தினம்தோறும் பல ஆயிரம் டன் கழிவுகளை கலந்து மாசுப்படுத்தி வருகின்றனர். அதுபோல தொடர்ந்து நிலத்தடி நீர் வகைதொகையில்லாமல் உறிஞ்சப்படுவதால் நிலத்தடி நீர்மட்டமும் அபாய கட்டத்தில் உள்ளது.

இதுபோல பல்வேறு பக்கங்களிலும் நீருக்கான நெருக்கடி மற்றும் நீர் பற்றாக்குறை, மாசுபாடுகளால் மனிதர்களுக்கு நெருக்கடியும் உருவாகி-யுள்ள சூழலில் உலக தண்ணீர் கண்காணிப்பு தினம் என்பதும் மிக அவசியான ஒரு நாளாக மாறியுள்ளது.

இயற்கை நமக்கு பல்வேறு விதமான வளங்களை தந்துள்ளது. அதா-வது மழை வளம், காட்டு வளம், மண் வளம், நீர் வளம் என்பன அவற்றுள் உள்ளடக்கப்படுகின்றன. இவற்றுள் மனிதன் மற்றும் உயிர்க-ளின் நிலவுகைக்கு மிகவும் அத்தியாவசியமான ஒன்றே நீர் வளமாகும். இயற்கை தந்த அற்புதங்களுள் நீர் வளம் மிகவும் முக்கியமானதாகும். நீர் பல வழிகளிலும் மனிதனுக்கும், மனிதனது தொழிற்பாடுகளுக்கும் துணை புரிகின்றது. இந்நீர் வளத்தை பாதுகாப்பது ஆறறிவு படைத்த மனிதர்களாகிய எமது தலையாய கடமையாகும். இதனால் தான் நம்-முன்னோர் 'நீரின்றி உலகில்லை' என கூறியுள்ளனர். எனினும் மனி-தனின் முறையற்ற செயற்பாடுகள் காரணமாக இன்று இப்பெறுமதிமிக்க வளம் அழிவடைகின்றது.

அதாவது நீர்வளத்தை மாசுபடுத்தும் பிரதான அம்சம் தொழிற்சாலை கழிவுகளாகும். இன்று உலகில் தொழிற்சாலைகள் இல்லாத நாடுகளே இல்லை என்ற நிலை உருவாகியுள்ளது. மேலும் இத்தொழிற்சாலைக் கழிவுகள் நீர்ச்சூழலுக்கே திறந்து விடப்படுகின்றன. இதனால் நீரானது சுவை, நிறம், மணம் என்பவற்றில் முற்றாக மாறுபடுகின்றது. நீர்ச்சூழ-லுக்கு தொழிற்சாலைக் கழிவுகள் விடப்படுவதால் நீரில் வாழும் உயி-ரங்கிகள் அழிவடைகின்றன. இதனால் முழு உயிர்ச்சூழலுக்குமே பாதிப்பு ஏற்படுகின்றது. மேலும் தொழிற்சாலைக்கழிவுகள் மாத்திரமின்றி கப்பல்-கள் கடலில் செல்வதாலும் பெருமளவான கழிவுகள் நீருக்குள் விடப்-படுகின்றன. அவற்றுள் எண்ணெய்க்கழிவுகள் பிரதானமானவைகளாகும். இவற்றினால் நீரானது நுகர்விற்கு உகந்ததற்றதாக மாறுகின்றது. மேலும் விவசாய இரசாயன பொர்த்தங்கள், துப்புரவாக்கிகள், வீட்டுக்கழிவுகள் என்பனவும் உயிர்ச்சூழலை மாசடையச் செய்யும் அம்சங்களாகும்.

நீர் வளம் மாசடைவதால் பல்வேறு பாதிப்புகள் ஏற்படுகின்றன. எனவே நீர் வளத்தை மாசுப்படுத்தாமல் பாதுகாப்பது நமது தலையாய கடமையாகும்.

தண்ணீர் சிந்தனை

நீரினில் உயிர்கள் வாழும், நீரின்றி உயிர்கள் வாழ்தல் அரிது என்-பதால் தான் உலகைப் படைத்த இறைவன் பெரும்பகுதி நீராகவும், எஞ்சிய பகுதியை நிலமாகவும் படைத்தான்.

வரலாற்றுச் சுவடுகளை நாம் புரட்டிப்பார்த்தால் மன்னர்கள் ஆண்ட காலத்தில்கூட தினமும் மன்னன் அமைச்சர்களை நோக்கி கேட்கும் முதல் கேள்வியாக "மாதம் மும்மாரி பொழிகின்றதா? மக்கள் நலமுடன் வாழ்கின்றர்களா?" என்றே கேட்டதாக அறிகின்றோம்.

இதிலிருந்து "மாரி" என்னும் மழை எந்த அளவுக்கு மக்கள் வாழ்-வதற்கு

முக்கியம் என்பதை நாம் அறிந்துகொள்ள முடியும்.

நிலை என்ன?

இன்றோ நாட்டின் பெரும்பகுதியில் தண்ணீர் இன்றி மக்கள் தவியாய் தவிக்கும் நிலை தண்ணீருக்காக ஒரே தேசத்தின் அண்டை மாநிலங்-களுக்குள் ஒற்றுமை குலைந்து சகோதர மனப்பான்மையுடன் வாழ்ந்த மக்கள் ஒருவருக்கு எதிராக மற்றவர் போராட்டம் உருவாகும் நிலை..

ஆண்டவன் அனைவருக்கும்

பொதுவாய் படைத்த ஆறுகள் நாட்டு மக்கள்

வாழ்வை வளமாக்குவதற்கு பதிலாக

நாட்டு மக்கள்சண்டைக்கும் சச்சரவுக்கும்

காரணமாகி இருக்கும் அவலநிலை.

இதற்க்கெல்லாம் பருவமழை பொய்த்து விட்டது, ஆறு வற்றி விட்டது, ஏரி வறண்டு விட்டது ..என்று ஒரு வரியில் பதில் கூறிவிட முடியுமா? முடியாது.

ஏன் என்றால்

உலகத்தின் படைப்பின் சுழற்சியை நாம் சரியாக புரிந்து கொள்ளாத-தால் வந்த வினையைத்தான் நாம் தற்பொழுது அறுவடை செய்து வரு-கிறோம்.

படைப்பின் சுழற்சி

படைப்பின் சுழற்சி என்றால் என்ன?

இன்றைய அவலநிலைக்கு அது எப்படி காரணமாகும்? இந்த நிலை-யினை மாற்றியமைக்கும் வழி என்ன? .. என்ற மூன்று கேள்விகளுக்கும் நாம் விடைகாண

முயன்றால் நம் எதிர்காலம் வறண்ட பூமியைப் பார்த்து மிரண்டு போகும் காலமாக இல்லாமல் பசுமை நிறைந்த வயல்களைக் கண்டு குதூகலிக்-கும் சொர்க்கபூமியாய்

மாறும் என்பதில் ஐயமில்லை.

புவி திரண்ட தண்ணீர் ஆதவனின் வெப்பத்தால் ஆவியாகி , வான் அடைந்து , மேகங்களாய் திரண்டு , காற்றினில் குளிர்ந்து பெருமழை-யாய் பூமிக்கே திரும்ப கிடைத்தலே படைப்பின் சுழற்சி...

எதிர்கொள்ளும் அபாயம் .

மக்கள் தொகை பெருக்கத்தால் நீரின் தேவை நாளுக்குநாள் பெரு-கிக்கொண்டே செல்வதால் , நிலத்தடி நீரினை பெருமளவில் நாம் உறிஞ்சி எடுத்து வருவதால் கடல்நீர் உட்புகுந்து நல்ல நீரை உபயோ-கிக்க இயலாதவண்ணம் செய்யும் அபாயம் தொடர்கிறது ... என்று நீர்வள அறிவியல்

ஆராய்ச்சியாளர்கள் எச்சரிக்கை விடுத்தவண்ணம் உள்ளனர் ...எனவே வருங்காலத்தில் குடிக்க நீரின்றி மக்கள் தவித்து மாளும் நிலை ஏற்பட வாய்ப்புண்டு.!

மீளும் வழி யாது?

"வருமுன்னர் காவாதான் வாழ்க்கை எரிமுன்னர்
வைத்தூறு போலக் கெடும்" என்னும் வள்ளுவப்
பெருந்தகையின் வாக்கினை நினைவில் கொண்டு
நாம் இனி வரும் காலத்தில் நிலத்தடி நீரை
பாதுகாக்கும் முயற்சியில் இறங்காவிடில் நம்
எதிர்காலம் கேள்விக்குறியாய் மாறும் என்பதில்
சிறிதளவும் சந்தேகமில்லை.

தற்போது அரசாங்கமும்
தண்ணீர் பஞ்சத்தை போக்கிட மழை நீர் சேமிப்பு

வழிமுறைகளை அறிவித்துள்ளது.. இதுவரை
பெய்த மழைநீரை சரியாக சேமிக்காமல் கடல்
நீரில் கலந்திட செய்து வீணாக்கிய காரணத்தால்
ஏற்பட்ட இந்த அவல நிலையை இனி மழைநீர்
சேமிப்பு முறைகளை பின்பற்றி நிலத்தடி நீரின்
வளத்தை பெருக்குவதன் மூலம் நாம் சரி செய்ய
முடியும். "வான் நோக்கி வாழும் உலகு" என்றானே
வள்ளுவன் அதன் உண்மை நிலை உணர்ந்து
வான் தரும் கொடையாம் மழையை , மழைநீரை
சிறப்பாக தேக்கி , பாதுகாத்து வாழ்வோமேயானால்
நீரின்றி கண்ணீரோடு வாழும் நிலை மாறிவிடும்
என்பது திண்ணம்.

"இருபுனலும் வாய்ந்த மழையும் வருபுனலும்
வல்லரணும் நாட்டிற்கு உறுப்பு " என்ற வள்ளுவன்
இருபுனல் எனும் வாக்கில் மேல்நீர் எனப்படும் மழையும்
கீழ்நீர் எனப்படும் நிலத்தடி நீரையும் குறித்துள்ளமை
நோக்கி நிலத்தடி நீர்வளம் பெருக்கி மழைநீர் சேமிப்பு
முறைகளை கடைப்பிடித்து செயலாற்றி நாட்டில்
உயர்வோம்!..நலமான வளமான எதிர்காலம் காண்போம்.

நீர் சார்ந்த பழக்கவழக்கங்களை கடைபிடிக்க தொடங்குவோம்

நீரை ஒரு பொழுதும் சாக்கடையில் ஓட விடாதீர்கள். இந்த நீரை
வேறு பயன்பாட்டிற்கு (செடிகளுக்கு, கழுவ) பயன்படுத்தலாம்.

உங்கள் வீட்டில் நீர் கசிவு இல்லை என்பதை உறுதி செய்து கொள்-
ளுங்கள், ஏனென்றால் பலவீடுகளில் நீர் கசிவுகள் மறைந்து காணப்படு-
கின்றன.

கசியும் உபகரணங்களின் பழுதை நீக்கி விடுங்கள். ஒரு வினாடிக்கு
ஒரு சொட்டு என்ற வேகத்தில் நீர் கசியுமானால் ஆண்டொன்றுக்கு
சுமார் 10,200 லிட்டர்கள் நீர் வீணாகும். இதனால் நீருக்காக செலவி-
டும் தொகை அதிகரிக்கும், கழிவுநீர் தொட்டி விரைவில் நிரம்பிவிடும்.

கழிவறை தொட்டியில் உணவில் பயன்படுத்தும் வண்ணப் பொடியை
கலந்து தொட்டியில் கசிவு ஏதும் உள்ளதா என சோதனை செய்யுங்கள்.
தொட்டியில் கசிவு இருக்குமானால் 30 நிமிடத்தில் வண்ணநீர் வெளிவ-

ரும். சோதனை முடிந்தவுடன் கழிவறை தொட்டியை அலசிவிட்டுவிடுங்-
கள் இல்லையெனில் அதில் கறை படிந்துவிடும். கழிவறையில் உடைந்த,
நெளிந்த (அ) தேய்ந்த பாகங்கள் இருந்தால் அதனை உடனே நீக்கி-
விடுங்கள். பெரும்பாலான நீக்க வேண்டிய பாகங்கள் மலிவானவையும்,
எளிதில் கிடைக்கக்கூடியவையாகும். எளிதில் மாற்றதக்கவைகளாகும்.

தேவைக்கு அதிகமாக கழிவு கிண்ணத்தை அலசிவிடாதீர்கள். திசு
பேப்பர்கள், பூச்சிகள் மற்றும் இதர கழிவுகளை கழிவு கிண்ணத்தில்
போடுவதை தவிர்த்து குப்பை தொட்டியில் போடுங்கள்.

குறுகிய கால குளியல் செய்யுங்கள். நவீன குறைந்த நீர் பாயும்
குளியல் தெளிப்பானை பயன்படுத்துங்கள்.

குளிப்பதற்கு குறைந்த அளவு நீரையே பயன்படுத்துங்கள்.

முகச்சவரம் செய்யும் போதும், முகம் கழுவும் போதும் குழாயை
திறந்தே வைத்திருந்து தண்ணீரை வீணே ஓட விடாதீர்கள். சுடுநீருக்காக
காத்திருக்கும் பொழுதே முகச்சவரம் செய்து விடுங்கள். பின் குவளை-
யில் நீர் நிரப்பி முகம் கழுவுங்கள்.

தானியங்கி துணி துவைக்கும் மற்றும் பாத்திரங்கள் கழுவும் எந்திரங்-
களை அவைகளுடைய முழு கொள்ளளவு அடைந்தால் (அ) அவை-
களின் கொள்ளளவுக்கு உகந்த நீர் மட்டத்தை அடைந்தால் மட்டுமே
துவக்கவைக்க வேண்டும்.

குளிரூட்டும் பெட்டியில் தேவையான குடிநீரை ஒரே தடவையில்
சேர்த்து வைத்துக்கொள்ளுங்கள். ஒவ்வொரு முறையும் தேவைப்படும்
பொழுதெல்லாம் குழாயை திறக்காதீர்கள்

இயற்கை நமக்கு பல்வேறு விதமான வளங்களை தந்துள்ளது. அதா-
வது மழை வளம், காட்டுவளம், மண் வளம், நீர் வளம் என்பன
அவற்றுள் உள்ளடக்கப்படுகின்றன. இவற்றுள்மனிதன் மற்றும் உயிர்க-
ளின் நிலவுகைக்கு மிகவும் அத்தியாவசியமான ஒன்றே நீர்வளமாகும்.
இயற்கை தந்த அற்புதங்களுள் நீர் வளம் மிகவும் முக்கியமானதாகும்.நீர்
பல வழிகளிலும் மனிதனுக்கும், மனிதனது தொழிற்பாடுகளுக்கும்
துணைபுரிகின்றது. இந்நீர் வளத்தை பாதுகாப்பது ஆறறிவு படைத்த
மனிதர்களாகிய எமதுதலையாய கடமையாகும். இதனால் தான் நம்முன்-
னோர் 'நீரின்றி உலகில்லை' எனகூறியுள்ளனர்.

நவீன குறைந்த நீர் பாயும் குளியல் தெளிப்பானை பயன்படுத்துங்-
கள். குளிப்பதற்கு குறைந்த அளவு நீரையே பயன்படுத்துங்கள். முகச்ச-

வரம் செய்யும் போதும், முகம் கழுவும் போதும் குழாயை திறந்தே வைத்-திருந்து தண்ணீரை வீணே ஓட விடாதீர்கள். சுடுநீருக்காக காத்திருக்கும் பொழுதே முகச்சவரம் செய்து விடுங்கள்.

நீர் எனும் அற்புதம்

இயற்கையின் பரிசு

'நீரின் அருமை தெரியும் கோடையிலே' என்பார்கள். பிறப்பொக்கும் எல்லா உயிர்க்கும் இன்றியமையாது உயிர்நாடியாக விளங்குவது தண்-ணீர். 'நீரின்றி அமையாது உலகு' என்ற வள்ளுவர் வாக்கில் புதைந்தி-ருக்கும் உண்மையை இவ்வுலகில் ஜீவித்த உயிர்கள் யாவும் உணரும். மூன்றாம் உலகப் போரே உதிக்கலாம் என்கிற சூழ்நிலையைக் கூட உரு-வாக்கும் அளவு நீரின் தேவை உலகை வியாபித்திருக்கிறது.

நீரற்ற உலகை ஒரு நிமிடம் கற்பனை செய்து பாருங்கள்... தாகத்-துக்கு ஏங்கியபடி ஜீவராசிகள் அலைந்து கொண்டிருக்கும்... எல்லா நீர்-நிலைகளிலும் எத்தனை கூழாங்கற்கள் இருக்கின்றன என்பதை சுல-பமாக எண்ணி விடலாம்... கடல் பகுதிகள் அத்தனையும் பொட்டல் வெளிகளாக காட்சி தரும்... நினைத்துப் பார்க்கவே பயங்கரமாக இருக்-கிறதா? இத்தனை அருமை பெருமைகளை உடைய தண்ணீரை சரியான முறையில் அருந்தினால் நம் உடலுக்கு அருமருந்தாகும். நமது உடலின் பெரும்பகுதி தண்ணீரால் நிரப்பப்பட்டு இருக்கிறது. நமது மூளையில் 74 சதவிகிதம், ரத்தத்தில் 83 சதவிகிதம், தசைகளில் 75 சதவிகிதம் தண்-ணீர் உள்ளது. எலும்பில் கூட 22 சதவிகிதம் தண்ணீர் இருக்கிறது.

தண்ணீரே பல நோய்களை குணப்படுத்தும் மருந்தாகும். எப்படி?

தண்ணீர் சிறுநீரகக் கற்களை வர விடாமல் செய்கிறது. முறையாக தண்ணீர் குடிக்காத தாலும் சிறுநீரகக்கற்கள் ஏற்படும். தினமும் 12 டம்-ளர் தண்ணீர் குடிப்பவர்களின் சிறுநீரகங்களில் கற்கள் சிறிய அளவில் இருக்கும்போதே கரைந்து விடுகிறது. சிறுநீர் வரும் வழியில் ஏதேனும் நோய்த்தொற்று இருந்தாலும் தண்ணீர் அதை சுத்தப்படுத்தி வெளியேற்றி விடுகிறது. கேடு விளைவிக்கும் பாக்டீரியா சிறுநீர்ப்பையில் இருந்தா-லும்கூட நிறைய தண்ணீர் குடிப்பவர்களுக்கு பிரச்னை வராது... தண்-ணீர் அதனை துவம்சம் பண்ணி வெளியேற்றி விடும்.

வயிற்றுப்போக்கால் பாதிக்கப்பட்டவர்களுக்கும் தண்ணீர் நிவாரணம் அளிக்கிறது. வயிற்றுப்போக்கால் உடலில் நீர்ச்சத்தை இழந்தவர்களுக்கு ஒரு கிளாஸ் தண்ணீருடன் இரண்டு டீஸ்பூன் சர்க்கரை மற்றும் கால்

டிஸ்பூன் உப்பையும் கலந்து கொடுத்தால் இழந்த நீர்ச்சத்தை மீட்டு, போதிய சக்தி பெற உதவும்.காய்ச்சலில் பாதிக்கப்பட்டவர்களின் உடலில் அதிக சூடு இருக்கும்.

நிறைய தண்ணீர் குடிப்பதன் மூலம் சிறுநீர் அடிக்கடி வரும். இதனால் காய்ச்சல் விரைவில் குறைகிறது. இருமல், சளி, தொண்டைப்புண், சுவாசப்பாதை தொற்று போன்றவை குணமாகக் கூட தண்ணீர் உதவுகிறது. கெட்டியான சளியை கூட தண்ணீர் இலகுவாக்கி வெளியேற்றிவிடும். நுரையீரலில் தங்கி இருக்கும் தேவையில்லாத கோழையையும் வெளியேற்றும் தன்மை உடையது தண்ணீர். உணவு சாப்பிட்ட பின் தேவையான அளவு தண்ணீர் குடிப்பதன் மூலம் நெஞ்செரிச்சல் வராமல் தடுக்கலாம். வாழைப்பழம் சாப்பிட்ட பிறகு தண்ணீர் குடித்தால் வயிற்றில் உள்ள நச்சுகள் அனைத்தும் வெளியேறிவிடும். மலத்தையும் இலகுவாக்கும். தண்ணீர் உங்கள் உடலில் உள்ள சக்தியை நீட்டிக்கச் செய்கிறது.

ரத்த ஓட்டத்தை சீராக்குகிறது. மூளை சோர்ந்து இருக்கும் வேளையில் தண்ணீர் குடித்தால் சுறுசுறுப்படையச் செய்கிறது. தலைவலி கூட இதனால் சரியாகிறது. தண்ணீர், எடையைக் குறைக்கவும் உதவுகிறது. சாப்பிடுவதற்கு முன்னால் இரண்டு கிளாஸ் தண்ணீர் குடித்தால் அதன் பிறகு எவ்வளவு சாப்பிட்டாலும் கொழுப்பு உடலில் தங்காமல் செய்து விடும். தண்ணீர் தோலை மிருதுவாகவும் பளபளப்பாகவும் வைக்க உதவுகிறது. நீர்ச்சத்து குறைவாக இருப்பவர்களின் தோல் உலர்ந்தும் கண்கள் குழி விழுந்தும் காணப்படும். அழகிய சருமத்தை பெற நிறைய தண்ணீர் குடியுங்கள்.

தண்ணீர்

இயற்கை நமக்கு பல்வேறு விதமான வளங்களை தந்துள்ளது. அதாவது மழை வளம், காட்டு வளம், மண் வளம், நீர் வளம் என்பன அவற்றுள் உள்ளடக்கப்படுகின்றன. இவற்றுள் மனிதன் மற்றும் உயிர்களின் நிலவுகைக்கு மிகவும் அத்தியாவசியமான ஒன்றே நீர் வளமாகும். இயற்கை தந்த அற்புதங்களுள் நீர் வளம் மிகவும் முக்கியமானதாகும். நீர் பல வழிகளிலும் மனிதனுக்கும், மனிதனது தொழிற்பாடுகளுக்கும் துணை புரிகின்றது. இந்நீர் வளத்தை பாதுகாப்பது ஆறறிவு படைத்த மனிதர்களாகிய எமது தலையாய கடமையாகும். இதனால் தான் நம்முன்னோர் 'நீரின்றி உலகில்லை' என கூறியுள்ளனர்.

நான்

வாசகர்ளால் நான்
வாசகர்களுக்காக நான்

முற்போக்கு எழுத்தாளர் வி.எஸ்.ரோமா - கோயம்புத்தூர்
+91 82480 94200
20 புத்தகங்கள் எழுதியுள்ளேன்
விருதுகள் பல பெற்றுள்ளேன்.
கதை , கவிதை, கட்டுரை, நாவல் பொன்மொழி, நாடகம்
எழுதுவேன்.

என்
எழுத்து
என் மூச்சுள்ள வரை
என் வாசிப்பே
என் சுவாசிப்பு

என்றும்
எழுதிக் கொண்டிருக்க வே
என் ஆசை

நான் திருமணமே செய்து கொள்ளாத பெண்மணி என்பதில்
எனக்கு மகிழ்வே.

என் எழுத்துக்கு முழு ஒத்துழைப்பு கொடுப்பவர்கள் என்
பெற்றோர்களே.

தந்தை
கா சுப்ரமணியன் _ தாசில்தார் - ஓய்வு

தாய்.
சு. கிருஷ்ணவேணி

என் பெற்றோர்களே
என்
எழுத்துக்கும்
எனக்கும் முழு ஒத்துழைப்பு தருகின்றவர்கள் என்பதில்
எனக்கு மகிழ்ச்சியே.

நான் ரோமா ரேடியோ
என்ற பெயரில் எஃப் எம் ஆரம்பித்துள்ளேன்.

என்
எழுத்து
என் ரோமா வானொலி மூலம்
எங்கும் ஒலிக்க
எட்டு திக்கும் ஒலிக்க
என் ஆவல்.

பெண்களை

பெரிதாக நினைத்துப்
பெரும் மகிழ்ச்சியடைந்து
பெருமைப் படுத்த வேண்டும்.

முற்போக்கு எழுத்தாளர்
வி.எஸ். ரோமா
Roma Radio
கோயம்புத்தூர்
+91 82480 94200

www.ingramcontent.com/pod-product-compliance
Lightning Source LLC
Chambersburg PA
CBHW021141260726
48656CB00023B/1101